PULAU BIDONG
GIÃ TỪ

NHẠC SĨ **TRẦN CHÍ PHÚC**

PULAU BIDONG
giã từ

12 CA KHÚC
THUYỀN NHÂN

NHÂN ẢNH - 2024

MỤC LỤC

	Lời tựa cho 12 ca khúc vượt biển	8
	Có chung một nỗi nhớ nhà	12
1	Mai Em Đi	15
2	Ru Em Đời Mất Xứ	16
3	Leamsing Chiều Tị Nạn	18
4	Xác Em Nay Ở Phương Nào	20
5	Mai Mốt Em Về Đâu	22
6	Cám Ơn Tấm Lòng Thế Giới	24
7	Vượt Biển Tình Người	26
8	Cánh Chim Hải Âu	28
9	Đảo Thương Tị Nạn	30
10	Kota Bharu Kỷ Niệm	32
11	Pulau Bidong Giã Từ	34
12	Thuyền Nhân Hành Khúc	36

LỜI TỰA CHO 12 CA KHÚC VƯỢT BIỂN

Thuyền nhân, vượt biển là sự kiện bi thảm của lịch sử dân tộc Việt Nam khi Miền Nam Tự Do bị Cộng sản cai trị sau Tháng Tư năm 1975. Hàng trăm ngàn người bỏ nước ra đi, liều chết vượt biển bằng những con thuyền nhỏ bé bất chấp sóng to gió lớn, đói khát, hải tặc. Nhiều người bị công an bắt trên bờ, người lên thuyền ra khơi thì có kẻ mất xác giữa đại dương và thuyền nhân may mắn đến được các trại tị nạn Đông Nam Á, rồi sau đó họ định cư tại nhiều quốc gia mà tạo nên một cộng đồng Việt Nam hải ngoại hôm nay.

Tôi vượt biển đến Mã Lai cuối tháng 12 năm 1978, ở trại tị nạn Kota Bharu mấy tháng rồi đặt bước chân đến thành phố Winnipeg, Canada vào tháng 4 năm 1979.

1-Bản **Mai Em Đi** viết cuối năm 1979 tả nỗi buồn chia tay của đôi lứa yêu nhau ở trại tị nạn. Ngày mai em lên đường đi đến một quốc gia khác, còn anh thì chưa biết nước nào sẽ nhận cho định cư. **"Đêm chia ly buồn biết mấy, đau thương xin em nén khóc, gian nan xin em hãy vững niềm tin yêu, niềm tin Việt Nam."**

2- Bản **Ru Em Đời Mất Xứ** (1980) tuy buồn nhưng khởi lên niềm tin tương lai *" Em thân yêu ơi xin em đừng buồn xin em đừng khóc. Bao nhiêu chia ly muôn người đâu phải riêng ai. Xin em bền lòng xin em gắng sức. Gian nan đường dài ta sẽ có một ngày mai."*

3- Bản **Leamsing Chiều Tị Nạn** (1980) phổ từ thơ Thế Trân. Leamsing là tên trại tị nạn ở Thái Lan; nỗi buồn tị nạn nào cũng giống nhau. " *Leamsing chiều thê lương, ngồi hứng nước trên giường, những giọt mưa nước mắt, người tị nạn Đông dương."*

4- Bản **Xác Em Nay Ở Phương Nào** (1981) lấy một số câu thơ trong bài Biển Buồn của Ngọc Khôi rồi tác giả đặt thêm giai điệu để nét nhạc phong phú. " *Xác em nay ở phương nào. Tấp sang đất Thái hay vào Nam Dương. Có khi xác vượt trùng dương. Trôi về Bắc Mỹ trách hồn người yêu. "*

5- Bản **Mai Mốt Em Về Đâu** (1985) có những đoạn chuyển âm thể phong phú từ âm thể La Thứ rồi âm thể Re Thứ, rồi âm thể La Trưởng, rồi âm thể Si Thứ, rồi âm thể Mi Trưởng rồi cuối cùng trở về âm thể La Thứ. *"Mai mốt em về đâu, chạy khắp cùng thế giới, mai mốt em về đâu, lang thang khắp địa cầu, hành trang em mang theo, một tình yêu quê hương."*

6- Bản **Cám Ơn Tấm Lòng Thế Giới** (2009) là ca khúc chủ đề cho Đêm 30 Năm Quốc Tế Cứu Thuyền Nhân Việt Nam thực hiện tại thành phố San Jose, California 18-7-2009. " *Xin cám ơn tấm lòng thế giới, đã cho tôi một cuộc sống mới, xin cám ơn những người nhân ái, đã cho tôi có một ngày mai. Xin tôn kính cám ơn Đất Trời, xin tưởng nhớ đến những người đã mất trên Biển Đông, giúp tôi đến nơi đất lành."*

7- Bản **Vượt Biển Tình Người** (2019) viết cho Đêm 40 Năm Quốc Tế Cứu Thuyền Nhân Việt Nam thực hiện tại thành phố Westminster, Quận Cam 20-7-2019. Sau mấy chục năm vượt biển, tác giả hồi tưởng chuyến ghe ra khơi năm xưa và cám ơn tình người thế giới ra tay cứu giúp thuyền nhân Việt Nam. " *Thuyền lướt qua ngàn con sóng, bão tố không chìm con thuyền, cám ơn con thuyền, cám ơn Đất Trời, đưa tôi đến bến tự do."*

8-Bản **Cánh Chim Hải Âu** (2019) gợi nhớ lúc thuyền lênh đênh trên biển, lòng bỗng vui mừng khi thấy những con chim hải âu bay lượn trên sóng vì biết đất liền không xa. Quả nhiên sau đó thuyền cập bến Mã Lai. *" Những cánh chim ngày đó theo tôi cùng năm tháng, ghi sâu vào ký ức. Những cánh chim trìu mến, lướt sóng trên biển xanh, những cánh chim hải âu mang tin tới đất lành."*

9-Bản **Đảo Thương Tị Nạn** (2024) ghi tên những hòn đảo dễ thương và trại tị nạn đã dung chứa thuyền nhân Việt Nam như Pulau Bidong (Mã Lai), Palawan (Phi Luật Tân), Galang (Nam Dương), Songkla, Hồng Kông, Singapore. *" Thời gian mờ xóa, người ơi còn nhớ chuyến tàu vượt biên. Mãi biết ơn trại tị nạn, mãi khắc ghi những hòn đảo đã dung chứa thuyền nhân."*

10-Bản **Kota Bharu Kỷ Niệm** (2024) là trại tị nạn nước Mã Lai mà tác giả tạm trú cuối năm 1978 và đầu năm 1979 trong bốn tháng rồi định cư Canada. Mỗi thuyền nhân đều không bao giờ quên trại tị nạn đã dung chứa mình. *" Cám ơn Kota Bharu, cám ơn Mã Lai và hàng dừa cao, tiếng gió lao xao, khúc ca lưu vong."*

11- Bản **Pulau Bidong Giã Từ** (2024), hòn đảo ở Mã Lai đã từng dung chứa khoảng 200 ngàn thuyền nhân Việt Nam. Nỗi buồn vui ở các trại tị nạn đều như nhau *" Đêm cuối cùng Pulau Bidong, nấu nồi chè tiễn nhau đi, đàn lên tiếng hát, hát những bài ca một thời yêu thương, kỷ niệm quê hương."*

12- Bản **Thuyền Nhân Hành Khúc** (2024) là bài hát đồng ca gói gém tâm tình của thuyền nhân Việt Nam, vì bạo quyền tàn ác khiến cho người dân vượt biển lìa xa đất nước bất chấp hiểm nguy, cám ơn thuyền nhân chết phù hộ cho thuyền nhân sống đến được bến bờ bình yên. Hàng trăm ngàn thuyền nhân đã tạo nên một cộng đồng Việt Nam Tự Do ở hải ngoại *" Thuyền vỡ nát, hải tặc kia hung hăng, cả thế giới xót thương thuyền nhân. Xin cám ơn trại tị nạn, những quốc gia tình nồng nàn, mở rộng trái tim nhận cho định cư."*

Trải qua 45 năm kể từ bản Mai Em Đi (1979) đến bản Thuyền

Nhân Hành Khúc (2024) , tác giả viết được 12 ca khúc về thuyền nhân, vượt biển và đã trình diễn trong các đêm kỷ niệm thuyền nhân và thu âm đưa lên Youtube. Tập nhạc lấy tên là Pulau Bidong Giã Từ, là tâm tình của một thuyền nhân, là món quà ca nhạc tặng bằng hữu có chung kỷ niệm vượt biển năm xưa.

Kỷ niệm 45 năm quốc tế cứu thuyền nhân Việt Nam (20-7-1979 / 20-7-2024)

Trần Chí Phúc

Lưu ý: Trong sách này có đính kèm một số QRCode để nghe nhạc trên Youtube. Quý thân hữu muốn nghe nhạc với youtube, dùng cellphone, chụp code này, xong bấm vào đó để nghe.

CÓ CHUNG MỘT NỖI NHỚ NHÀ

UYÊN NGUYÊN

Hôm Anh ra mắt tuyển tập 'Một thoáng 26 năm' ở Viện Việt Học, California, tôi đến thăm và được Anh ký tặng cho một quyển lưu niệm. Hôm đó Anh bận bịu với khách, tôi nép riêng một góc, chỉ để nhìn và lắng nghe. Buổi ra mắt hôm ấy đông đảo thân hữu và độc giả yêu mến những bài ký và phóng sự của Anh, trong quãng thời gian anh cộng tác với các tờ báo Trống Đồng, Chuông Việt, Việt Nam, Thời Báo, CaliToday, hay Việt Báo v.v…, với bút hiệu Trần Củng Sơn.

Tuyển tập Một Thoáng 26 Năm của nhà báo Trần Củng Sơn
(Nhạc sĩ Trần Chí Phúc)
Nhà xuất bản Hương Quê, 2012

Sách mang về, thỉnh thoảng vẫn đọc, để hiểu thêm những sự kiện nóng bỏng trong sinh hoạt cộng đồng người Việt hải ngoại khắp nơi mấy mươi năm qua. Nhưng kỷ niệm giữa mình với tác giả thì không có trong sách, mà chỉ là dư âm, của nhạc.

Tôi thích những ca khúc của Anh, một góc đời riêng dù đã xa xăm, nhưng không thể quên hết. Những tháng ngày tỵ nạn ở hải đảo Pulau Bidong, Malaysia, nằm nghe rưng rức:

Chiều ra biển đứng ê chề
Tìm trên ngọn sóng có về xác em
Vớt rong rêu ngỡ tóc mềm
Quay về hướng gió tưởng em thở dài
Tìm trong bọt trắng thân người
Nghẹn ngào dấu vết còn phơi lõa lồ…'
(Xác em nay ở phương nào, Thơ Ngọc Khôi, nhạc Trần Chí Phúc)

Ai có ra khơi, gởi phận cho biển, là treo mình lên nhành tử sinh. Chết chưa chắc đã lành, và sống nhiều khi đã ê chề!

Xác em nay ở phương nào
Tấp sang đất Thái hay vào Nam Dương
Có khi xác vượt trùng dương
Trôi về Bắc Mỹ trách hờn người yêu
(Xác em nay ở phương nào, Thơ Ngọc Khôi, nhạc Trần Chí Phúc)

Thời ở đảo, nghe nhạc Trần Chí Phúc, chỉ nghe vẳng giữa những vách *longhouse* cạnh bên. Sang Mỹ, tìm mua cho bằng được *tape* nhựa để nghe thêm, bởi không phải đã qua hết biển là bỏ lại được, mà tâm tư vẫn mang theo một nỗi nhớ gập lòng:

Sài Gòn em ở đó, có thầm trách người đi
Vội vàng hay không đến, cho lời cuối biệt ly
Sài Gòn em bên ấy, tha phương anh bên này
Làm sao ta nói tới, nghìn trùng rồi em ơi
(Trần Chí Phúc, Sài Gòn em ở đó)

Vượt qua sóng, mà đến giờ chưa qua hết nỗi đau. Biển muôn đời chôn chân mình ngây dại, bâng khuâng những chiều ra bãi, vắng đìu hiu như nghĩa trang buồn.

Không phải ai nghe nhạc của Trần Chí Phúc đều có cùng một cảm xúc, nhưng chắc chắn tất cả chúng ta không bao giờ quên có một thế giới của người, ở lại lòng biển sâu, không quay về nữa!

Chiều ra biển đứng ngậm ngùi
Nhớ em và nhớ cả trời Việt Nam.
(Xác em nay ở phương nào, Thơ Ngọc Khôi, nhạc Trần Chí Phúc)

Bài hát dành cho ai, người ở lại trên bãi hay xác đã trôi xa? Bấy giờ, kẻ sống tha hương và người chết tha hương, có chung một nỗi nhớ nhà.

Bây giờ 11 năm sau 2024, Trần Chí Phúc viết thêm một số bài thuyền nhân mới và in thành tập nhạc mang tên Pulau Bidong Giã Từ, sẽ làm một buổi ra mắt vào tháng 7 năm 2024.

Viết ngày 4 tháng 2 năm 2013

Chỉnh sửa ngày 6 tháng 6 năm 2024

UYÊN NGUYÊN

MAI EM ĐI

Trần Chí Phúc (1979)

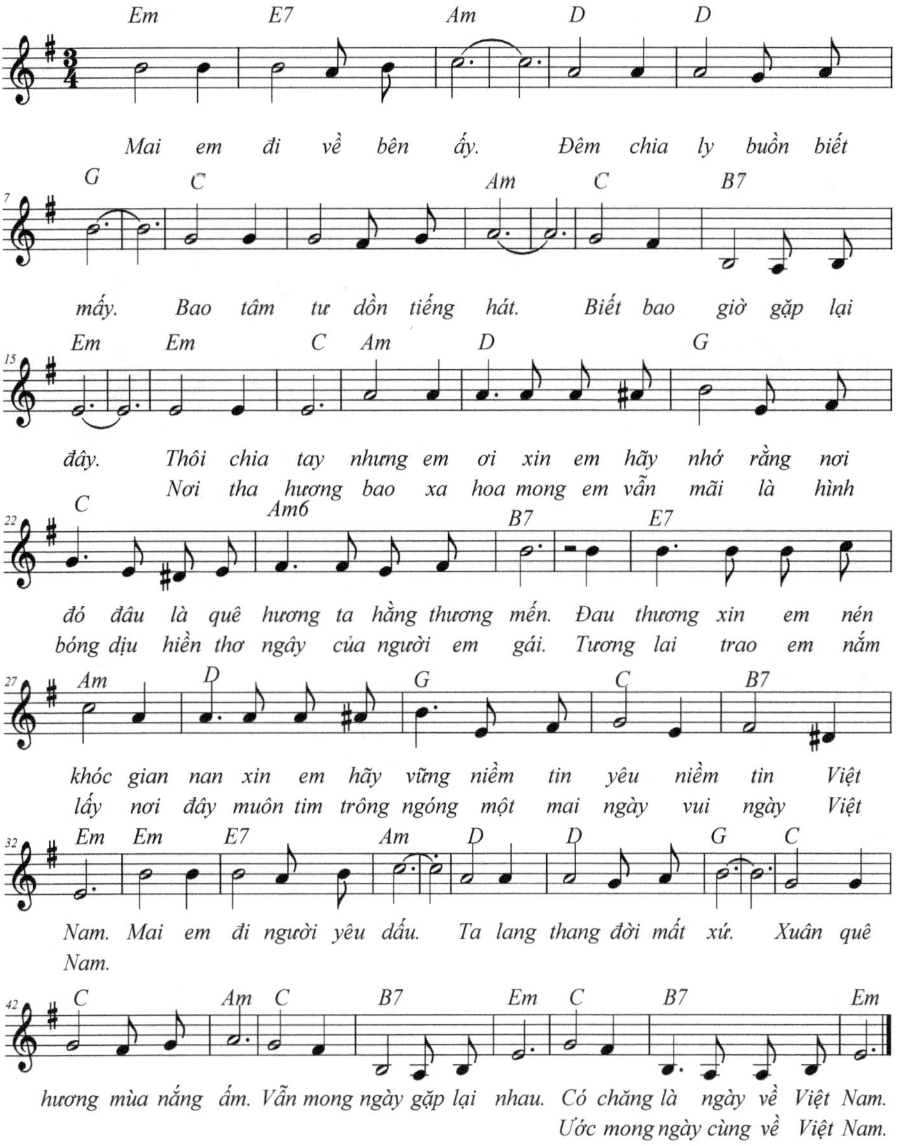

Mai em đi về bên ấy. Đêm chia ly buồn biết mấy. Bao tâm tư dồn tiếng hát. Biết bao giờ gặp lại đây. Thôi chia tay nhưng em ơi xin em hãy nhớ rằng nơi đó đâu là quê hương ta hằng thương mến. Đau thương xin em nén khóc gian nan xin em hãy vững niềm tin yêu niềm tin Việt Nam. Mai em đi người yêu dấu. Ta lang thang đời mất xứ. Xuân quê hương mùa nắng ấm. Vẫn mong ngày gặp lại nhau. Có chăng là ngày về Việt Nam.

Nơi tha hương bao xa hoa mong em vẫn mãi là hình bóng dịu hiền thơ ngày của người em gái. Tương lai trao em nắm lấy nơi đây muôn tim trông ngóng một mai ngày vui ngày Việt Nam. Ước mong ngày cùng về Việt Nam.

Quét mã QR
để nghe bản nhạc này

RU EM ĐỜI MẤT XỨ

Trần Chí Phúc (1980)

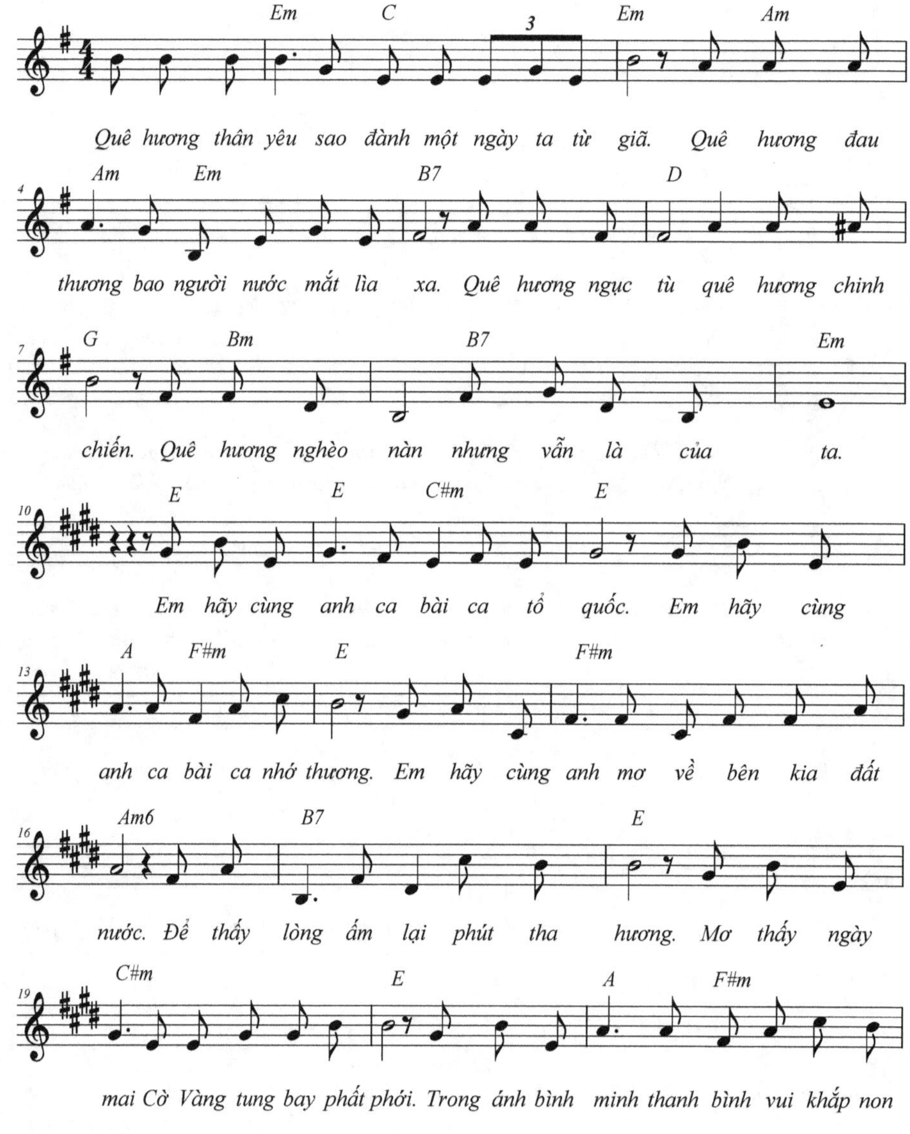

Quê hương thân yêu sao đành một ngày ta từ giã. Quê hương đau thương bao người nước mắt lìa xa. Quê hương ngục tù quê hương chinh chiến. Quê hương nghèo nàn nhưng vẫn là của ta.

Em hãy cùng anh ca bài ca tổ quốc. Em hãy cùng anh ca bài ca nhớ thương. Em hãy cùng anh mơ về bên kia đất nước. Để thấy lòng ấm lại phút tha hương. Mơ thấy ngày mai Cờ Vàng tung bay phất phới. Trong ánh bình minh thanh bình vui khắp non

Quét mã QR
để nghe bản nhạc này

LEAMSING CHIỀU TỊ NẠN

Trần Chí Phúc (1980)
Thơ Thế Trân

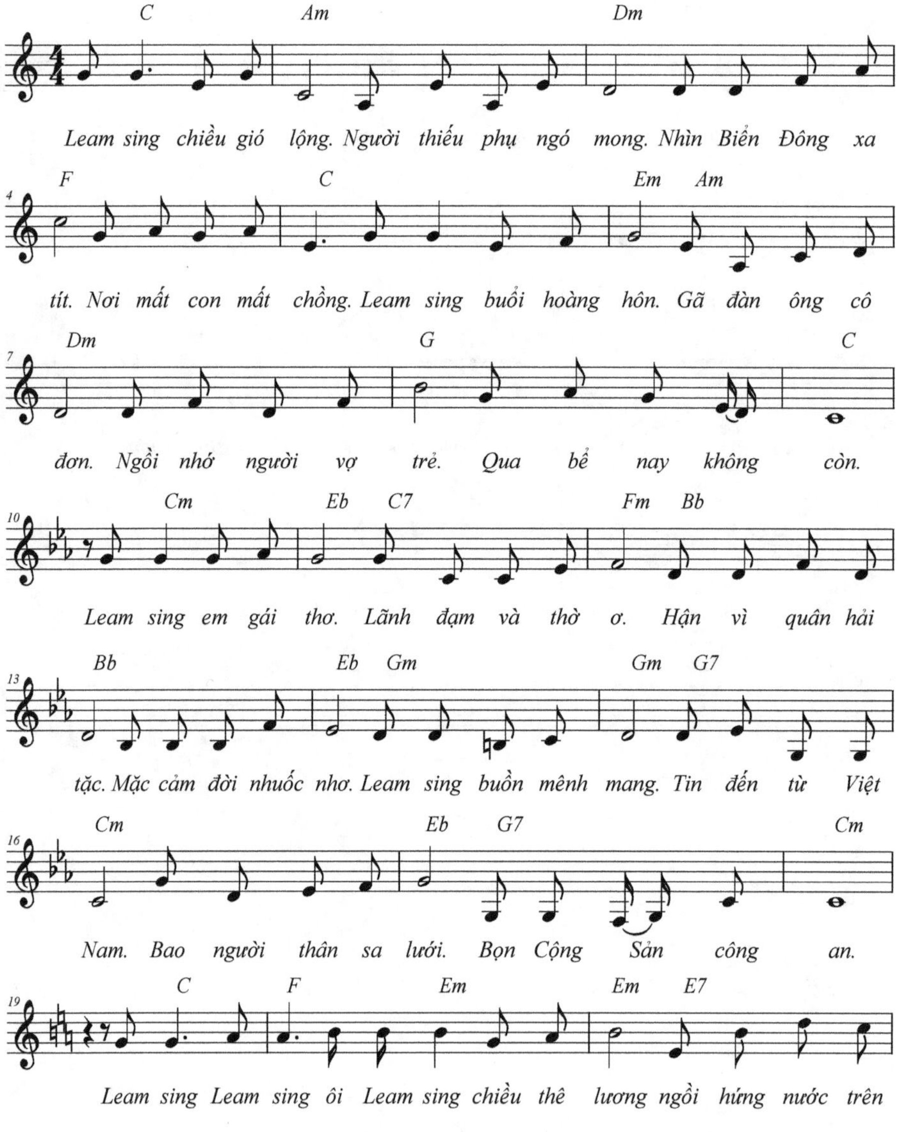

Leam sing chiều gió lộng. Người thiếu phụ ngó mong. Nhìn Biển Đông xa tít. Nơi mất con mất chồng. Leam sing buổi hoàng hôn. Gã đàn ông cô đơn. Ngồi nhớ người vợ trẻ. Qua bể nay không còn.

Leam sing em gái thơ. Lãnh đạm và thờ ơ. Hận vì quân hải tặc. Mặc cảm đời nhuốc nhơ. Leam sing buồn mênh mang. Tin đến từ Việt Nam. Bao người thân sa lưới. Bọn Cộng Sản công an.

Leam sing Leam sing ôi Leam sing chiều thê lương ngồi hứng nước trên

Quét mã QR
để nghe bản nhạc này

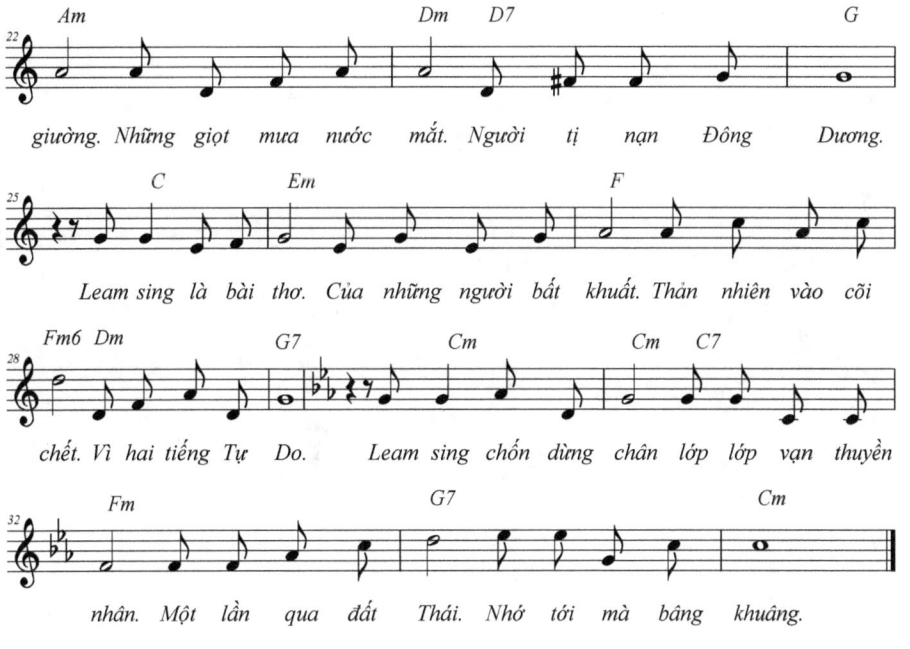

XÁC EM NAY Ở PHƯƠNG NÀO

Trần Chí Phúc (1981)
Ý thơ Ngọc Khôi

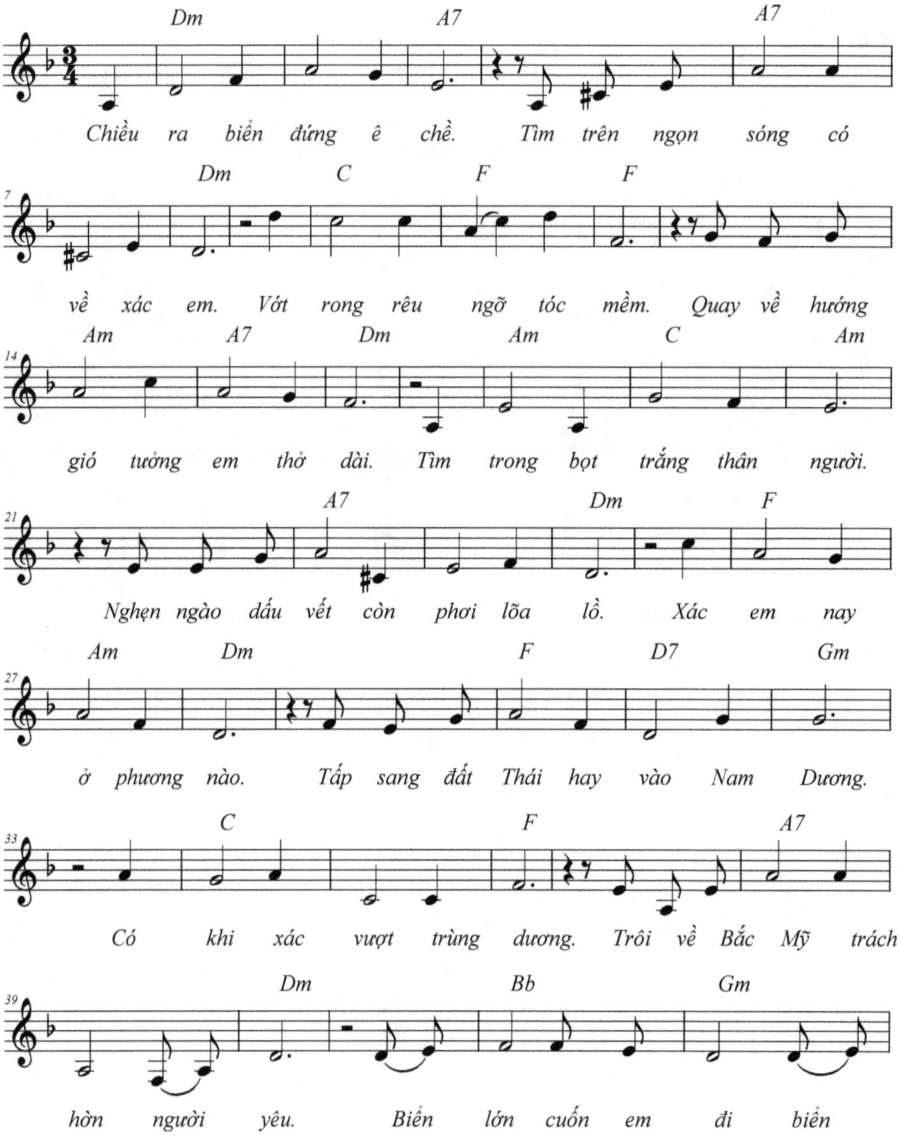

Chiều ra biển đứng ê chề. Tìm trên ngọn sóng có về xác em. Vớt rong rêu ngỡ tóc mềm. Quay về hướng gió tưởng em thở dài. Tìm trong bọt trắng thân người. Nghẹn ngào dấu vết còn phơi lõa lồ. Xác em nay ở phương nào. Tấp sang đất Thái hay vào Nam Dương. Có khi xác vượt trùng dương. Trôi về Bắc Mỹ trách hờn người yêu. Biển lớn cuốn em đi biển

Quét mã QR
để nghe bản nhạc này

MAI MỐT EM VỀ ĐÂU

Trần Chí Phúc (1985)

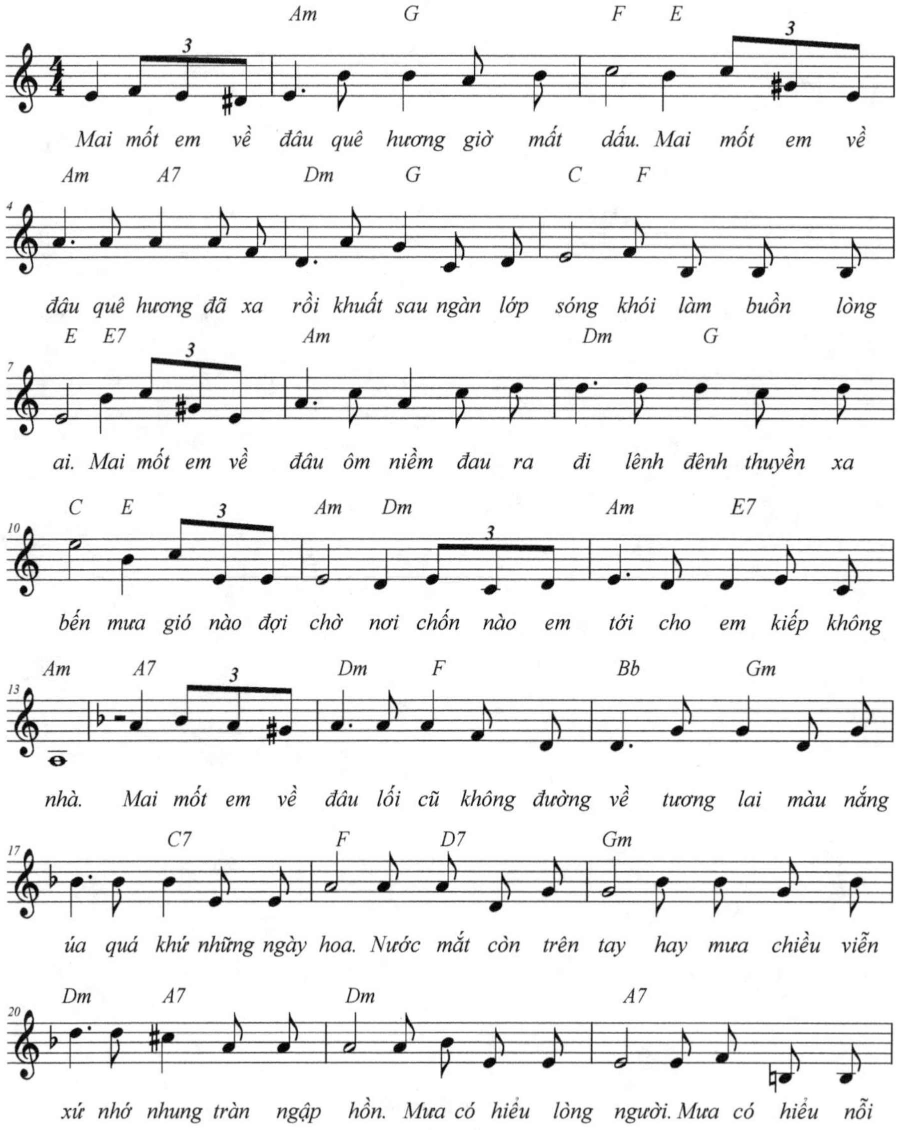

Mai mốt em về đâu quê hương giờ mất dấu. Mai mốt em về đâu quê hương đã xa rồi khuất sau ngàn lớp sóng khói làm buồn lòng ai. Mai mốt em về đâu ôm niềm đau ra đi lênh đênh thuyền xa bến mưa gió nào đợi chờ nơi chốn nào em tới cho em kiếp không nhà. Mai mốt em về đâu lối cũ không đường về tương lai màu nắng úa quá khứ những ngày hoa. Nước mắt còn trên tay hay mưa chiều viễn xứ nhớ nhung tràn ngập hồn. Mưa có hiểu lòng người. Mưa có hiểu nỗi

Quét mã QR
để nghe bản nhạc này

CÁM ƠN TẤM LÒNG THẾ GIỚI

Trần Chí Phúc (2009)

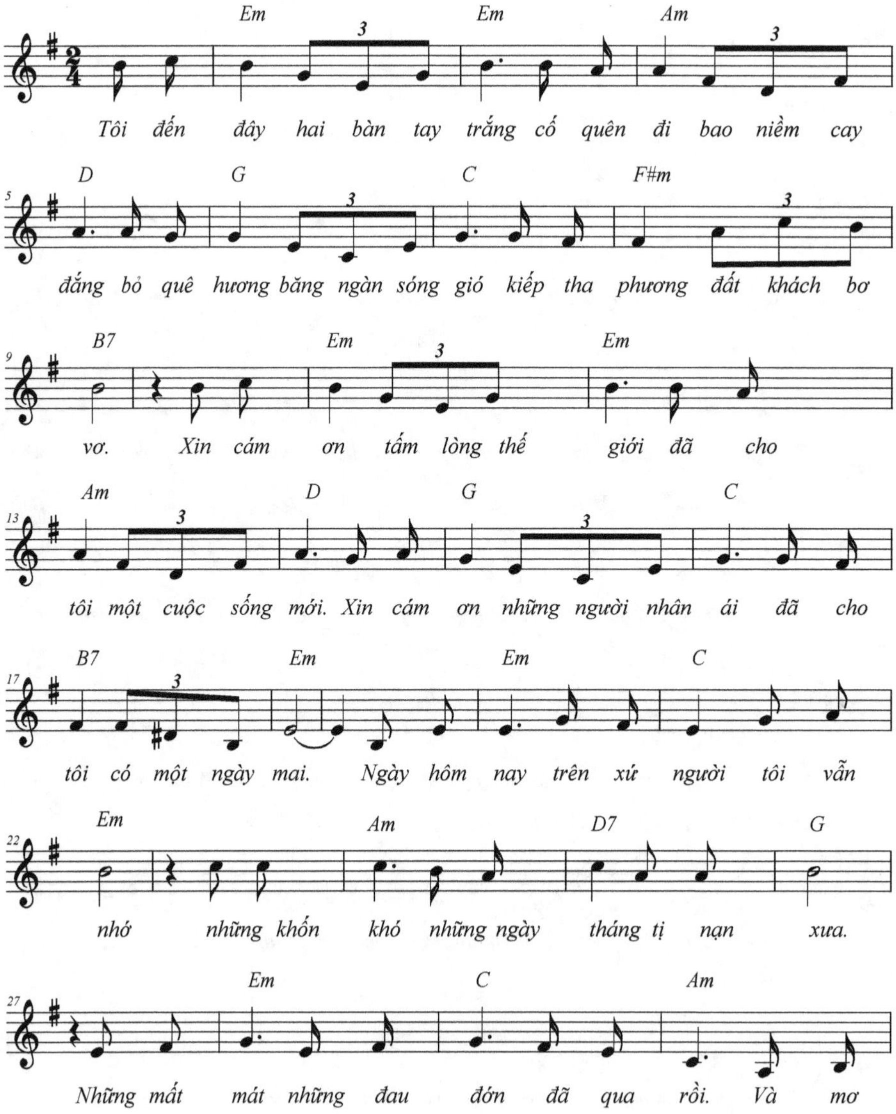

Tôi đến đây hai bàn tay trắng cố quên đi bao niềm cay đắng bỏ quê hương băng ngàn sóng gió kiếp tha phương đất khách bơ vơ. Xin cám ơn tấm lòng thế giới đã cho tôi một cuộc sống mới. Xin cám ơn những người nhân ái đã cho tôi có một ngày mai. Ngày hôm nay trên xứ người tôi vẫn nhớ những khốn khó những ngày tháng tị nạn xưa. Những mất mát những đau đớn đã qua rồi. Và mơ

Quét mã QR
để nghe bản nhạc này

VƯỢT BIỂN TÌNH NGƯỜI

Trần Chí Phúc (2019)

Quét mã QR
để nghe bản nhạc này

CÁNH CHIM HẢI ÂU

Trần Chí Phúc (2019)

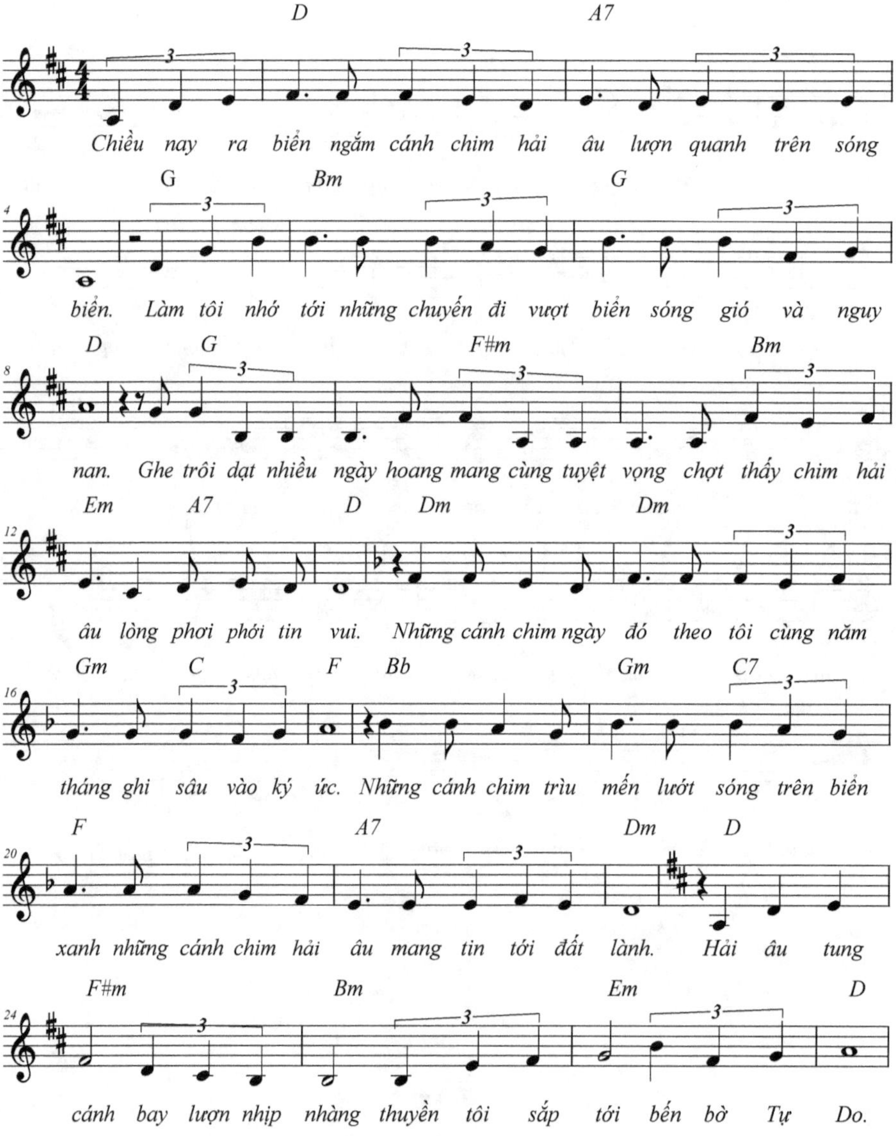

Chiều nay ra biển ngắm cánh chim hải âu lượn quanh trên sóng biển. Làm tôi nhớ tới những chuyến đi vượt biển sóng gió và nguy nan. Ghe trôi dạt nhiều ngày hoang mang cùng tuyệt vọng chợt thấy chim hải âu lòng phơi phới tin vui. Những cánh chim ngày đó theo tôi cùng năm tháng ghi sâu vào ký ức. Những cánh chim trìu mến lướt sóng trên biển xanh những cánh chim hải âu mang tin tới đất lành. Hải âu tung cánh bay lượn nhịp nhàng thuyền tôi sắp tới bến bờ Tự Do.

Quét mã QR
để nghe bản nhạc này

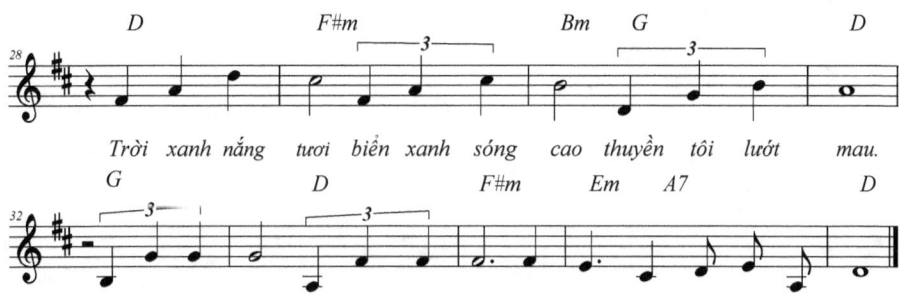

ĐẢO THƯƠNG TỊ NẠN

Trần Chí Phúc (2024)

Thuyền nhân thấm thoát đã bao nhiêu năm. Chuyện xưa vượt biển mãi ghi trong tâm. Những lớp sóng to con thuyền tị nạn giây phút tử sinh bao người nguyện cầu thuyền lướt qua hiểm nguy về đến bến Tự Do. Có những chiếc thuyền vụn vỡ người đắm biển sâu hải tặc hung hăng cướp giết thương đau. Pu - lau Bi - dong chiều nghe sóng vỗ, đây Ga - lang quần đảo Nam Dương. Pa - la - wan người đi vẫn nhớ những tháng ngày tị nạn bơ vơ.

KOTA BHARU KỶ NIỆM

Trần Chí Phúc (2024)

Ko-ta Bha-ru là cái tên trại tị nạn ở Mã Lai. Ko-ta Bha-ru nơi dung chứa những tháng ngày tị nạn năm xưa. Những buổi chiều mưa xuống thật buồn, ngồi hứng nước mưa dột mái lều. Giọt mưa hay nước mắt thuyền nhân, chảy trên Biển Đông bão to sóng cao có những con thuyền nhỏ bé vượt trùng dương. Ko-ta Bha-ru Đôi mắt em nhìn u uất cuộc đời. Mẹ em xác trôi dạt biển khơi. Sóng đưa em vào bờ kiếp lưu vong đợi

PULAU BIDONG GIÃ TỪ

Trần Chí Phúc (2024)

THUYỀN NHÂN HÀNH KHÚC

Trần Chí Phúc (2024)

TIỂU SỬ TÁC GIẢ TRẦN CHÍ PHÚC

Sinh trưởng tại Tuy Hòa, Phú Yên

Vượt biển đến Mã Lai tháng 12 năm 1978, định cư tại Canada năm 1979. Năm 1985 định cư tại California, Hoa Kỳ.

Ra mắt tập nhạc Sài Gòn Em Ở Đó tại Calgary, Canada năm 1982.

Thực hiện cuốn Cassette Ru Em Đời Mất Xứ gồm nhiều sáng tác Trần Chí Phúc và Ngọc Trọng với tiếng đàn của hai tác giả và tiếng hát Ngọc Trọng năm 1982 tại Calgary Canada.

Năm 1986 phát hành cuốn Cassette Sài Gòn Em Ở Đó, CD Chiều San Francisco năm 1995, CD Sài Gòn Em Vẫn Còn Đây năm 1998, CD và Tập Nhạc Chào Em Năm 2000, CD và Tập Nhạc Hoa Bay Khắp Trời phổ thơ Phan Tấn Hải năm 2016, Tập Nhạc Sài Gòn Mơ Ngày Hội Ngộ gồm 16 ca khúc chủ đề Sài Gòn năm 2022, Tập Nhạc Pulau Bidong Giã Từ năm 2024 gồm 12 ca khúc vượt biển.

Hiện cư ngụ tại Nam California, Hoa Kỳ.

Liên lạc tác giả : nhactranchiphuc@gmail.com

Nhân Ảnh
2024

Liên lạc tác giả:
nhactranchiphuc@gmail.com

Liên lạc Nhà xuất bản
han.le3359@gmail.com
(408) 722-5626

www.ingramcontent.com/pod-product-compliance
Lightning Source LLC
LaVergne TN
LVHW081454060526
838201LV00050BA/1796